Watoto wa Mitaani

Hadithi za Kikwetu

Jua na Upepo	Anne Matindi
Kido	Halima Njirainey
Majuto ni Mjukuu	P. M Kareithi
Kishu Kazi	Jay Kitsao
Bonde la Wafu	Akberali Manji
Mlima Kenya Kajifungua	Njiru Kimunyi
Marafiki wa Pela	Nyambura Mpesha
Safari ya Kombamwiko	Emmanuel Kariuki
Tajiri Mjanja	Leo Odera Omolo
Mfalme na Majitu	Leo Odera Omolo
Kaburi Bila Msalaba	P. M Kareithi
Hadithi Teule	Sun Bao Hua
Chura Mcheza Ngoma	Rebecca Nandwa
Mtoto Aliyetoweka	Akberali Manji
Kuku na Mwewe	Nyambura Mpesha
Mkasa wa Shujaa Liyongo	Bitugi Matundura
Kachuma na Polisi Wezi	Patrick Ngugi
Ngiri Mganga	Emmanuel Kariuki
Karamu Mbinguni	Njiru Kimunyi
Mfalme Chui Mkatili	Rebecca Nandwa
Nyumba ya Sungura	Njiru Kimunyi
Mgomba Changaraweni	Ken Walibora

na vinginevyo....vinginevyo vingi

Watoto wa Mitaani

PETER A. KISIA

Michoro: Frank Odoi

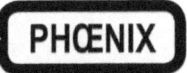 PHOENIX PUBLISHERS, NAIROBI

Kimetolewa mara ya kwanza mnamo 1996 na
Phoenix Publishers Ltd.,
Mellow Heights, Ngara Road.
S.L.P 30474-00100,
Nairobi, Kenya.

© Friends of the book Foundation, 1995
© Michoro: Phoenix Publishers Ltd.

Haki zote za kunakili zimehifadhiwa. Hairuhusiwi kuiga, kunakili, kupigisha chapa, kutafsiri au kukitoa kitabu hiki kwa jinsi yoyote ile bila idhini ya FRIENDS OF THE BOOK FOUNDATION na phoenix Publishers Ltd.

ISBN 9966 47 249 5

Kimenakiliwa mnamo 2001, 2003 (mara mbili), 2004, 2012, 2017

Kimepigwa chapa na:
Kenya Litho,
Mombasa Road,
S.L.P 40775-00100,
Nairobi.

YALIYOMO

    Utangulizi

1. Haki za watoto 1
2. Watoto katika hali mbaya 7
3. Watoto wanaorandaranda mitaani 15
4. Chanzo cha hali mbaya kwa watoto, hasa watoto wa mitaani. 23
5. Jinsi serikali imeshughulikia suala la watoto wa mitaani........... 30
6. Hali ya baadaye ya watoto nchini Kenya 35
7. Hitimisho 38
8. Marejeleo 38

Shukrani

Toleo hili limechapishwa kutokana na msaada wa wakf wa Friends of the Book (Marafiki wa Kitabu). Malengo ya wakf wa Friends of the Book ni kuondoa upungufu wa vitabu katika Afrika Mashariki. Wakfu wa Friends husaidia katika uchapishaji wa vitabu muhimu juu ya masuala yenye maslahi kwa taifa, ambavyo havingechapishwa bila usaidizi. Wakfu huu utavichapisha vitabu kwa kuyatumia makampuni mengi yenye sifa nzuri ya Afrika ya Mashariki.

Katika Kenya, kazi ya wakfu wa Friends imefanikishwa na misaada kutoka shirika la Canada la CIDA (Canadian International Development Agency); wakfu wa Rockefeller (The Rockefeller Foundation) pamoja na wakfu wa DOEN (DOEN Foundation, The Netherlands).

Utangulizi

Watoto wanaojulikana kama watoto wa mitaani ni wengi: kuna watoto ambao wameachwa; kuna wale ambao ni yatima; kuna wale watoto wa watu fukara (maskini); kuna wale wanaoteswa, na kuna wale watoto wasioshughulikiwa na mtu yeyote. Isitoshe, kuna wale watoto wanaofanya kazi halisi; kuna wale watoto wasiofanya kazi halisi; kuna watoto watoro, na vilevile kuna wale watoto waliopelekwa katika makao ya kulelea watoto. Pia kuna wale watoto waliofungwa, na wale watoto wa wakimbizi.

Kuna sababu mbali mbali zinazofanya watoto kujikuta katika hali hizi zote. Katika kitabu hiki tutaangazia chanzo cha hali hizi zote. Vilevile tutazungumzia machache kuhusu haki za watoto kwa upande wa malezi na elimu. Tutajaribu kutia mapendekezo na jinsi ya kuepukana na hali zilizotajwa hapo awali kuhusu watoto wetu, kwa sababu watoto ni rasilmali kubwa ya taifa. Watoto ndio viongozi wa kesho, na hasa ni uti wa mgongo wa uchumi wa taifa katika siku zijazo.

Licha ya hayo, tungependa kusema kwamba, ingawa mashirika kadhaa yasiyokuwa ya serikali kwa muda mrefu sasa yametambua kuweko kwa wale wajulikanao kama watoto wa mitaani, hakuna jambo la muhimu mno ambalo limetekelezwa kwa manufaa ya watoto hawa. Hapa mjini Nairobi, watoto hawa wanaitwa 'Wavulana/Wasichana waosha-magari' au pengine, 'Chokora-mapipa', kule mjini Mombasa wanaitwa 'Watoto wabahari', na kule Kisumu wanaitwa 'Wavulana/Wasichana wakuuza njugu' na mjini Kitale wanaitwa 'Chokora'. Pengine jina 'Chokora' ndilo lililoenea zaidi na ndilo ambalo wengi wanalifahamu kuliko yale mengineyo nyakati hizi.

Mipango yoyote iliyonuiwa kuwasaidia watoto kuishi maisha ya kawaida haijafua dafu. Pengine sababu ni kwamba watu wengi hawajatambua mzigo unaowakabili. Na wale watu wanaohusika na miradi hii hawajapokea usaidizi na ushirikiano kutoka kwa idara na mashirika mbalimbali. Wakati mwingine, kulikuwa na ukosefu wa fedha za kutosha kugharamia mipango hiyo yote iliyoazimiwa. Mwishilizo wake ni kwamba watoto hawa wameendelea kupata shida nyingi zisizo na kifani. Shida zinazowakabili watoto hawa ni nyingi, kiasi kwamba yaelekea hali inazidi kuwa mbaya kwao kila kuchako. Hakuna mtu yeyote anayejitokeza kwa vyovyote vile kushughulikia suala hili kisiasa, wala kupata sulihisho linalofaa.

Kama mojawapo ya njia za kutoa huduma za kimsingi katika miji yetu, Shirika la Kimataifa Linalohusika na Watoto (UNICEF) limeanza kushughulikia shida za watoto hawa na pia wale watoto wengineo walio katika hali nyinginezo mbaya, mathalani za ufukara. Kutokana na udadisi wa *data* iliyoko pamoja na ushauri kutoka kwa Mashirika Yasiyokuwa ya Serikali (NGOs), pamoja na idara za serikali, imedhihirika wazi kwamba, ili kutambua shida zinazowakumba watoto hawa, na kuweza kupata suluhisho tosha, ni lazima miradi fulani ianzishwe ya kuwasaidia watoto hawa wa mitaani kujitegemea kimaisha.

Kwa wakati huu, shughuli kadhaa zimeanzishwa zenye lengo la kuwanufaisha watoto hawa wa mijini kwa ushirikiano wa wale wote wanaohusika na hali hizi zote, kwa njia moja au nyingine. Kuhusu suala hili, UNICEF, ikishirikiana na mashirika mengine, imeanzisha mipango kabambe ya kupunguza idadi ya watoto wanaotorokea mijini kutafuta kazi.

Ili kueneza fahiwa kuhusu suala hili, uchunguzi tayari umefanywa katika miji ya Nairobi, Mombasa na Kisumu. Imegunduliwa kwamba, ingawa watoto hawa wa mitaani ambao sasa wanajulikana kama 'Chokora' ni wengi, kuna vikundi vingine vinavyojikuta katika hali mbaya sawa na watoto hawa wa mitaani, ambavyo vinapaswa kushughulikiwa vilevile. Katika kufanikisha lengo hili, tumeonelea tuanze kuzungumzia juu ya vikundi hivi kwanza, kabla ya kuingilia kwa undani suala la watoto wanaorandaranda mitaani.

Ni matumaini yetu kwamba makala haya yataangazia mengi kwa wale wote wanaohusika na tatizo hili, na hata kuweza kupata suluhisho la kudumu. Tupende tusipende, ndugu wasomaji, tatizo tunalo sasa. Wakati wa kupata suluhisho kamili ni huu, kwani, chambilecho wahenga, "Ngoja ngoja huumiza matumbo".

1. HAKI ZA WATOTO

Haki za watoto ni nyingi na zimetambaa kwingi katika vifungu vya sheria za Kenya, kiasi kwamba hatuwezi kuziainisha zote hapa na kuzijadili katika kitabu hiki. Hata hivyo, haki hizi zinaonyesha., kwa njia moja au nyingine, jinsi watoto wanapaswa kulindwa na kuhudumiwa. Ukizichunguza kwa jicho pevu sheria hizo, utatambua kuwa hapo awali, kabla ya Mkuu wa Sheria kuteua tume maalum ya kutalii kwa makini vifungu vyote vya sheria zinazohusu watoto, hatukuwa na fungu maalum la sheria lililozungumzia kwa mapana na marefu haki halisi za watoto nchini. Ili kuweza kuzitambua haki hizo, inabidi mtu kusoma vifungu vingi vya sheria, vikiwemo hivi vifuatavyo:

a) Vifungu vya sheria za kuadhibu (cap 63), hasa sehemu 14, mstari wa 139-130. Sheria hii inalinda haki za watoto kimaisha, hata kabla ya kuzaliwa. Kwa hivyo, kitendo chochote cha kuavya mimba (kutumbua mimba) hakiruhusiwi hata kidogo nchini Kenya, kulingana na kifungu hiki cha sheria.

b) Umri wa walio wengi kuishi (cap 33). Hiki ni kifungu cha sheria ambacho kinaonyesha waziwazi wakati ambapo mtu hajiwezi kutokana na umri wake, wakiwemo watoto na hivyo basi hawana budi kulelewa ipasavyo.

c) Sheria ihayohusu kutunzwa kwa watoto wachanga (cap 144), na hasa sehemu 17 ya kifungu hiki, ambayo inapambanua utunzi wa mtoto kama suala muhimu katika mambo yanayohusu makao ya watoto.

d) Sheria inayohusu wazazi walezi wa watoto (cap 143), ambapo utunzi, mahitaji na ulinzi wa mtoto unaweza kuondolewa kutoka kwa mikono ya wazazi halisi na kukabidhiwa wazazi watakaopewa wajibu wa kumlea mtoto huyo.

e) Sheria inayohusu watoto na watu wachanga (cap 144). Hii ndiyo sheria muhimu ambayo inahusika na malezi na kulinda watoto na hata kuonyesha waziwazi haki zao kulingana na utekelezaji wa sheria kwa wale wanaofanyia watoto vitendo vya dhuluma.

Sheria hii imeonyesha kinaganaga jinsi mtoto na wale wanaowadhulumu watakavyoshtakiwa, na inatoa mwongozo thabiti wa kulinda watoto kwa lengo la kuhakikisha kwamba watoto wanatendewa vyema na wale waliokabidhiwa wajibu wa kutekeleza sheria hii.

Kwa hivyo, hiyo ndiyo iliyokuwa sheria muhimu nchini Kenya wakati huo. Lakini, hata hivyo, sheria hii haizungumzii wala kuonyesha chochote juu ya haki za kijamii, kiuchumi, masuala ya mjini na haki za kitamaduni kuhusu watoto.

f) Sheria ya kuhalalisha watoto, ambayo kwayo watoto wanaozaliwa nje ya ndoa wanaweza kuhalalishwa na kuwa sehemu ya jamaa inayohusika, ili kupewa malezi yanayostahili.

g) Sheria inayohusu Taasisi za Borstal (cap. 92), ambayo hushughulika na wale watu wanaodhulumu au kutesa watoto, ili waadhibiwe vilivyo.

h) Sheria ya uajiri (cap 226), ambayo inashughulika na masuala ya kuajiri watoto. Kwa mujibu wa kifungu hiki cha sheria, mtoto hatarajiwi kuandikwa kazi mahali popote.

i) Sheria ya afya kwa jamii (cap 242) ambayo inapendekeza kutolewa kwa huduma za afya kwa watu wote, wakiwemo watoto. Sheria hii ni muhimu kwa kuwa inalazimu mtu kuhakikisha kwamba mtoto amepewa chanjo dhidi ya maradhi ya kuambukizwa.

Kwa njia fulani, kuna hatua ambazo zimechukuliwa kuhusu watoto kunywa pombe, chini ya sheria inayohusu utoaji wa leseni za pombe (cap 121), na hata pombe ya kienyeji (cap 122), ambayo inakataza mwuzaji wa pombe, kwa kujua au bila kujua, kumwuzia pombe mtu aliye chini ya umri wa miaka kumi na minane. Vifungu vingine vya sheria vinavyolinda watoto ni vile vinavyohusu sheria ya vyakula na dawa za kulevya (cap 245). Vilevile kuna sheria inayohusu kucheza michezo ya kamari (cap 131). Kifungu hiki kinakataza watoto kushiriki katika michezo ya aina hii. Kuna pia ile sheria inayohusu kuonyesha filamu au michezo ya kuigizwa kwenye jukwaa, ambayo inaainisha filamu (sinema) na michezo ya kuigiza inayoruhusiwa kuonyeshwa wstoto. Mara kwa mara huwa tunasikia matangazo kama, 'Sinema hii ni ya watu wazima peke yake' na 'Sinema hii si nzuri kwa watu wenye umri wa miaka chini ya kumi na sita, au chini ya umri wa miaka kumi'.

Tahadhari za aina hii zinadhamiria kutowahusisha watoto katika mambo ambayo huenda yakavuruga akili zao badala ya kuwajenga kimawazo kwenye misingi ya maisha mema ya baadaye.

Vifungu vingine vya sheria vinavyohusu haki za watoto ni vile vinavyoitwa 'Sheria za kifamilia'. Vifungu hivi vinajumuisha sheria ya kufunga ndoa (cap 150), sheria inayohusu masuala ya ndoa (cap 152), sheria ya kulinda watoto baada ya ndoa kuvunjika (cap 152) na hata pia ile sheria ya urithi (cap 160). Vifungu hivi vya sheria ni vingi na vimetapakaa hapa na pale katika kitabu cha sheria za nchi hii na hatuwezi kuvitaja vyote hapa. Hata hivyo, wale wajuzi kuhusu masuala ya sheria wanakubaliana wote ya kwamba, vifungu hivi vya sheria kuhusu watoto vimetamba kwingi, kiasi kwamba kuvifanya kuwa sheria moja, ili kutelekeza yaliyomo ni kazi ngumu katika mahakama zetu. Pia tunaweza kusema kwamba vifungu hivi havikuazimiwa kwa nia nzuri, ili kunufaisha watoto ipasavyo.

Kwa jumla tunaweza kusema kuwa ni kutokana na dosari kama hizi, ndipo ikamlazimu Mkuu wa Sheria (Wakili wa serikali) kuteua tume maalum kushughulikia masuala haya, akiwa na lengo la kunufaisha watoto wetu kote nchini, kama vile alivyofanya alipokuwa akiteua tume za kutatua masuala mengine hivi karibuni. Na utakuwa wajibu wa tume itakayoteuliwa, kuvichunguza upya vifungu vyote vya sheria vinavyohusu watoto na kuviangazia, kwa lengo la kuwafanya watoto wetu waishi maisha bora siku zijazo. Nchi nyingine za ulimwengu tayari zimefanya mengi kuhusu haki za watoto, kupitia njia ya kupitisha sheria maalumu inayohusu haki za watoto, na kuteua tume itakayohakikisha kwamba sheria kama hizo zinatekelezwa ipasavyo.

Ningependa ieleweke hapa kwamba, ile hali ya kutokuwepo na sheria thabiti kuhusu watoto, hapo awali ndicho chanzo cha visa vya kuhuzunisha kuhusu watoto, na hasa kunyima watoto haki zao *(The Rights of the Child,* UNICEF). Kila mara tunasoma katika magazeti visa vya kuhuzunisha vinavyofanyiwa watoto. Visa vya kudhulumu watoto na kutojali watoto vinaripotiwa katika magazeti yetu kila siku.

Kuendelea na hata kuongezeka kwa visa hivi kunaonyesha kwamba hakuna hatua za maana zinazochukuliwa na wale wanaohusika kukomesha hali kama hii ya kulinda wototo wetu dhidi ya dhuluma hizi. Wazazi, walimu na watu wengine waliokabidhiwa wajibu wa kulinda watoto, wanakwepa au wanaepuka mkono mrefu wa sheria kwa dhuluma wanazofanyia watoto walio mikononi mwao.

Ni nadra sana kuona watu hawa wameadhibiwa ipasavyo kwa mujibu wa sheria zilizokuwepo.

Na kufikia hapa, ningependa nisisitize kwamba hakuna sheria yoyote', hata iwe imeandikwa vizuri vipi, itakayopunguza visa vya dhuluma kwa watoto. Sheria yoyote ile itatoa tu mwongozo ambao kwayo visa kama hivi vinaweza kuepukwa. Matatizo yanayozuka yanaweza kutatuliwa tu ikiwa hali ya jamii, ambayo ndiyo chanzo cha matatizo hayo, mathalani jamaa zilizotengana; watoto kuachw'a nyumbani (wakati mama au baba amekwenda kazini); ile hall ya kulazimisha watu kuhama nyumbani kwao na kuwa wakimbizi nchini mwao au katika nchi nyingine (kutokana na mapigano ya kikabila); watoto wanaoshuhudia visa viovu kutokana na hali ya mazingira wanamoishi; watoto yatima; kufungwa jela kwa wazazi wa mtoto, na hali nyingine zinazotokea dhidi ya ulezi mzuri wa watoto itachunguzwa.

Hata hivyo, halisi ombaya sana kama wengi wetu wanavyodhania. Kuna matumaini miongoni mwa waume kwa wake, kuendelea kuangazia suala hili katika mikutano mbalimbali.

Mikutano ambayo inahusisha mambo ya watoto ikiandaliwa, bila shaka tutapata mwanya wa kufanya maisha ya watoto kuwa bora zaidi siku zijazo, kuliko jinsi yalivyo sasa. Katika nyakati za hivi karibuni, serikali ya Kenya imeonyesha nia ya kukubaliana na maazimio ya Umoja wa Mataifa kuhusu haki za watoto.

Kutokana na hatua hiyo, tunatarajia masiala (mambo ya kufafanuliwa zaidi) kuhusu watoto yatawekwa mahala pake na kupewa umuhimu yanayostahili. Sheria lazima iandamane na mabadiliko ya kijamii. Na ni wazi kwamba matatizo ya kudhulumiwa kwa watoto hayawezi kutatuliwa kwa kuanzisha sheria kuhusu watoto peke yake.

Mabadiliko katika sheria kama hiyo lazima yaandamane na mabadiliko katika jamii na hali ya uchumi. Ni lazima tuweke kwa mizani uwezekano wa jamii kuonyesha mabadiliko, kwa mujibu wa mambo yanayosababisha jamii hiyo kudhulumu watoto na hata kuwaacha.

Watu wanaoshughulikia watoto, pamoja na haki zao sharti wafanye kampeni ya kuangazia haki za watoto na wakati huo huo kutoa huduma za mpango wa uzazi, huduma za kimsingi za afya, huduma za kulisha watoto chakula bora. Kwa kufanya hivyo, watakuwa wanalinda watoto wa nchi hii. Hili silo suala la kusuluhishwa na kundi moja peke yake. Ni suala ambalo linahitaji ushirikiano wa makundi yanayohusika.

Watu wa taaluma zote zinazohusu watoto lazima wahusishwe, ikiwa tuna ndoto ya kusuluhisha suala la haki za watoto ipasavyo. Kama suala la haki za watoto litakuwa na maana kwao, lazima tuhakikishe kwamba haki hizo zinajulikana vilivyo na hata kudaiwa kwa niaba ya watoto wanaohusika.

Ama kwa kweli, watoto wako katika kundi la watu wanyonge, na hivyo basi hawana uwezo wa kudai haki zao. Ni wajibu wetu sisi sote kuhakikisha kwamba haki za watoto zinatambuliwa, ili watoto wetu wapate kufurahia haki zao. Kuangaziwa kwa suala hili lazima kuwepo katika jamii ili watu wazima wapate kujua kile kinachotarajiwa kutoka kwao. Watoto wenyewe pia ni lazima waangaziwe kuhusu masuala ya haki zao, ili nao pia wajue jinsi na wakati wa kudai haki zao. Jamii yetu lazima iwe tayari kubadilisha mtazamo wake kuhusu watoto kwani baadhi ya mawazo yake kuhusu watoto ndiyo yanayofanya haki za watoto kupunjwa.

Kama watu walio katika mstari wa mbele wa kupigania haki za watoto lazima tuwe tayari kutenda mambo haya yafuatayo:

(i) Ni wajibu wetu kuhakikisha kwamba haki za watoto zinatangazwa kupitia kwa vyombo vya kueneza habari vya hapa nchini na vile vya kimataifa, hasa kufafanua vifungu vya sheria vinavyohusika na mambo ya watoto.

(ii) Ni wajibu wetu kuhakikisha kwamba, haki za watoto zinafahamika na kujulikana na wale walio na uwezo wa kuzitekeleza na kwamba kuna njia ya kutambua kuvunja kwa haki zote hizo, na kuweza kukomesha jambo na hali hiyo.

Kama watu ambao wanapiga vita dhidi ya wale wanaovunjia watoto haki zao, lazima tuiunge serikali mkono kwa kila jambo linalofanywa kuhusu watoto wa nchi hii. Tayari serikali imeanzisha miradi ambayo, bila shaka, inanufaisha watoto. Kwa mfano, mradi wa elimu wa kulazimu watoto kuhudhuria masomo katika shule za msingi, mradi wa maji kwa watu wote na mradi wa chanjo kwa watoto wote. Haya ni baadhi ya mambo ambayo yanataka kufuatiliwa kwa makini zaidi; mathalani lazima tupiganie sheria ya kulazimisha mzazi kumpeleka mtoto wake shuleni na kumfahamisha yale yatakayompata, endapo hatatii sheria hiyo.

Marejeleo

1. *Laws of Kenya* (Current Edition).
2. *The Rights of the Child,* UNICEF, 1988.
3. *Criminal Justice and Children,* UNICEF, 1986.

2. WATOTO KATIKA HALI MBAYA

I. Watoto walioachwa

Watoto hawa wamegawanywa katika vikundi viwili. Navyo ni:

a) Watoto wasiotakiwa ambao huachwa hospitalini, katika zahanati na mitaani. Kuna pia wale watoto ambao hutupwa chooni au katika mapipa ya takataka, hususa sehemu za mijini.

Tazama picha hizi.

(i)

Mtoto aliyeachwa hospitalini au katika zahanati.

(ii)

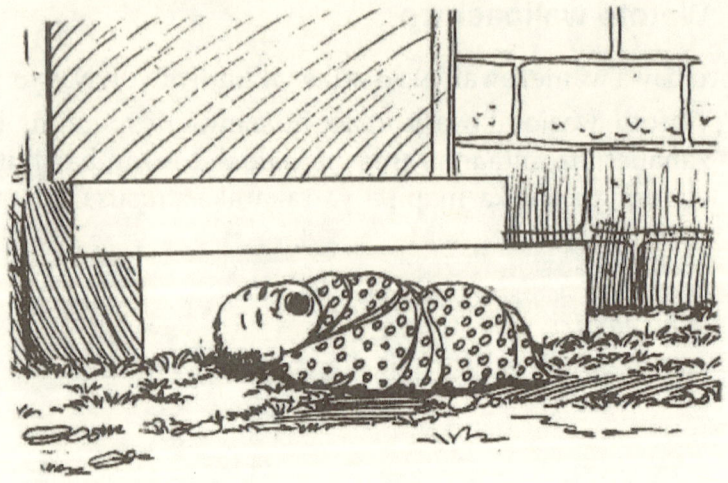

Mtoto aliyeachwa mtaani.

(iii)

Mtoto aliyetupwa chooni.

(iv)

Mtoto aliyetupwa katika pipa la takataka.

Wengi wa wanawake ambao huacha watoto wao jinsi hivi huwa ni wale wanaokunywa pombe kwa wingi na hata kupotewa na fahamu, malaya, na wasichana chipukizi, wasio na uwezo wa kukimu watoto hawa. Wakati mwingine, wanawake ambao huacha watoto wao ni wale ambao ni wendawazimu. Hawa ni wale ambao hawako katika taasisi zinazowashughulikia wendawazimu.

a) Watoto ambao wameachwa na wazazi fukara (maskini), au watu wazima ambao wameachiwa mzigo wa kulea watoto na hawana ari ya kukimu watoto walioachiwa.

b) Watoto walioachwa kwa sababu ya ulema au ugonjwa wa aina fulani, kama UKIMWI, na watoto wanaozaliwa wakiwa na kasoro ya viungo fulani, mathalani kichwa, mdomo, macho, miguu, n.k.

Tazama picha hizi.

(i)

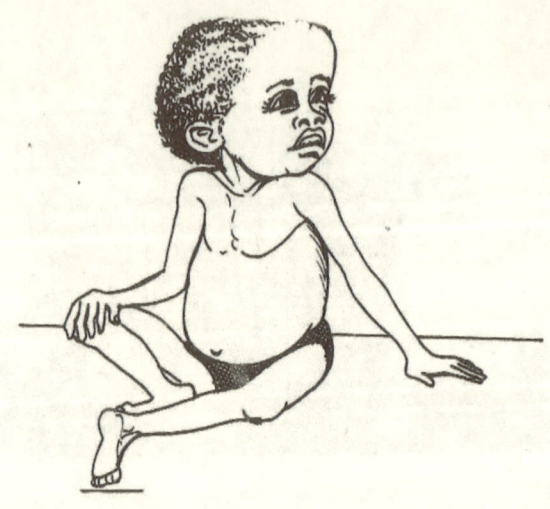

Mtoto aliye na kasoro ya kiungo fulani, mathalani kichwa.

(ii)

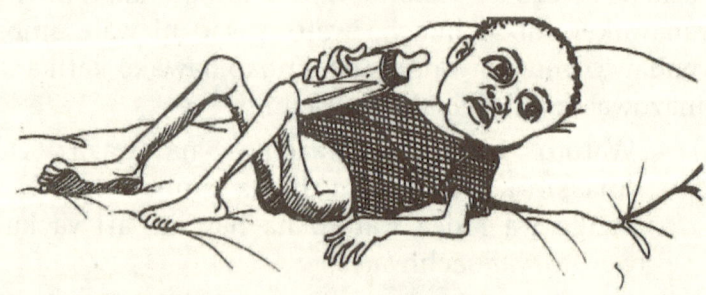

Mtoto aliye na viini vya ugonjwa wa ukimwi.

Vilevile watoto walio na viini vya ugonjwa kama wa kifafa huachwa.

d) Watoto wengine huachwa na wanawake kwa sababu yule aliyemtunga mimba ni mtu wa ukoo wao. Inasemekana kwamba mtoto wa aina hii akiachiliwa kukua na wengine katika jamii ya Kiafrika, huwa na kitubio kibaya. Hayo ni kwa mujibu wa makabila fulani, kwa mfano Waluhya, katika Mkoa wa Magharibi.

II. Watoto yatima

Hawa ni watoto waliofiwa aidha na baba, mama, au wazazi wote wawili. Ingawa siku zilizopita mtoto yatima alishughulikiwa kwa hali na mali na mmoja wapo wa watu katika jamii iliyofiwa, siku hizi ukarimu wa namna hiyo haupo tena, hususa katika sehemu za mijini. Umaskini umefanya aila (familia) nyingi kughairi kujiongezea mizigo zaidi ya ile mizigo aliyo nayo tayari. Hawa ndio watoto ambao utawakuta wakiwa wamejibanza kwenye vichochoro vya njia mijini na kwenye sehemu nyingine za aina hiyo.

Tazama picha hii.

Mtoto huyu amejibanza kwenye kichochoro mjini. Hana la kufanya, ila kutegemea misaada, kutoka kwa wapita njia.

Baadhi ya watoto hawa hujikuta wako katika makao ya watoto na taasisi mbalimbali. Lakini idadi ya wale wanaojikuta wako katika makao ya watoto na ile ya wale wanaojikuta wako katika taasisi mbalimbali haijulikani. Wale ambao hubahatika, hujikuta wako katika makao ya watoto, ambako huhudumiwa ipasavyo, wakingojea zamu ya wasamaria wema kutembelea hayo makao yao na kumchukua mmoja wao, awe kama mtoto wao – hasa wale ambao hawakubahatika kupata mtoto katika maisha yao ya ndoa.

III. Watoto wa watu fukara

Hawa ni wale watoto ambao wanaweza kuwa wanaishi na wazazi ambao ni maskini hohehahe, kutokana na kutojiweza au kutokana na uzee. Wao hupatikana mitaani wakiomba misaada, aidha wakiandamana na mtu mzima asiyejiweza.

Mtoto huyu anaomba msaada akiandamana na mtu mzima asiyejiweza.

Katika mji wa Nairobi, baadhi ya watoto wa watu maskini kama hawa huwa wamezaliwa mitaani na hawajui aina nyingine yoyote ile ya maisha. Kutangamana kwao kijamii ni baina yao wenyewe na watoto wengine wa watu fukara kama wao, au jamaa zao.

IV. Watoto wasioshughulikiwa

Watoto hawa ni wale ambao huparamia chakula mapipani kwa sababu ya wazazi wao, au watu wazima waliopewa mzigo wa kuwakimu, kutowajali.

Tazama picha hii.

Mtoto huyu anaparamia chakula mapipani kwa sababu mzazi hamjali kwa kutosheleza mahitaji yake ya chakula.

Hali hii ya kutojali hutokana na umaskini; kutojali kwa baba wa kambo au mama wa kambo; na wanawake walioolewa na mume mmoja; ulevi wa kupindukia na utumizi wa dawa za kulevya, mathalani bangi, na utepetevu wa watu kwa jumla. Kuna watoto wengi mno majumbani mwetu ambao bado hawajafika mitaani, lakini mwishowe watafika mitaani, endapo suluhisho halitaweza kupatikana kuhusu chanzo cha hali hii katika jamii yetu.

V. Watoto wanaodhulumiwa au kuteswa

Watoto wachanga ambao hufanya kazi katika majumba kama wafanyakazi wa nyumba mara nyingi huteswa kimwili na hata kulazimishwa kufanya mapenzi na hatimaye kushiriki ngono. Visa vinavyotukia magazetini kuhusu watoto wanaochomwa au kupigwa ni ithibati tosha kuhusu watoto katika hali hii.

Tazama picha hii.

Mtoto huyu alichomwa mikono yake; kisa ni kwamba aliiba shilingi ya mamake.

Watoto wengi, hususan wasichana, mara kwa mara wanalazimishwa kufanya mapenzi na watu wazima ambao wanatangamana nao katika mazingira wanamoishi. Kuchafua mtoto mdogo kunahusisha visa hata vile vya kunajisi. Vilevile kuna visa vingi vya wale watu wanaofanya mapenzi baina ya mume na mume au mke na mke – yaani kule kuwa na 'shoga', na hatua zisipochukuliwa haraka, jamii yetu itachafuliwa kupita mipaka.

3. WATOTO WANAORANDARANDA MITAANI

Watoto wengi wa mitaani wanaopatikana katika miji yetu kote duniani, wametokana na kuwepo kwa hali tofauti katika mazingira wanakotoka. Baadhi yao hawakuja mjini kufurahia maisha mema, bali walikuja mjini kwa sababu ya hali mbaya ya kijamii na kiuchumi. Kuna wale ambao wamelazimishwa kuja mjini na wazazi wao, ambao wameshindwa kabisa kuwakimu kwa hali na mali.

Kutokana na uchunguzi uliofanywa na chama kinachohusika na maslahi ya watoto (CWS), watoto wa mitaani, kufikia mwezi wa Agosti, mwaka jana, walikuwa, takriban 5,000 (elfu tano). Katika taifa zima kwa jumla, idadi ya watoto wanaopatikana mitaani ilikuwa imefikia 500,000 (nusu milioni) kufikia mwaka jana.

Watoto hawa, baada ya kutumia dawa za kulevya, macho yao huonekana yamesharabu wekundu. Kuna madhara mengine, kwa mfano, kuwashwawashwa kwa sehemu za ndani za pua, umio na mapafu. Wakati mwingine, ini na figo huathirika vibaya bila wao kujua, kutokana na utumizi wa dawa hizi za kulevya.

Uchunguzi ambao umefanywa kuhusu watoto wa mitaani wa aina hii unaonyesha kwamba watoto hawa wanagawanyika katika vikundi vifuatavyo:

I. Watoto wanaofanya kazi

Hawa nao hugawanyika katika makundi yafuatayo:

a) Watoto wanaofanya kazi halisi

Watoto hawa wanajikuta wako mitaani kwa sababu ya kuzalisha fedha kwa matumizi yao binafsi, au kwa matumizi ya familia zao. Watoto hawa wanaweza au kutoweza kuishi nyumbani au na jamaa zao. Katika mji wa Nairobi, watoto hawa hufanya kazi kama:

i) *Wauza vitu rejareja sokoni au katika vituo vya magari.*

Tazama picha hii.

Mtoto huyu anauza vitu rejareja kule sokoni, Gikomba, kwa niaba ya mzazi wake mjini Nairobi.

ii)   Wauza magazeti na majarida.
Tazama picha hii.

Mtoto huyu anawauzia wenye magari magazeti na majarida kwenye barabara ya Kenyatta, mjini Mombasa.

iii)   Mahamali (wapagazi)
Tazama picha hii.

Mtoto huyu anawabebea watu mizigo angaa apate pesa za kutimiza maslahi yake mjini Kakamega.

iv)   Mayaya
Tazama picha hizi.
(Msichana)

(Mvulana)

Msichana huyu na mvulana wameajiriwa kazi ya kulea watoto katika nyumba za watu tofauti mjini Eldoret. Wana kibarua cha kuwalea na kuwafunza watoto adabu.

v) *Watoto walio katika viwanda vya Jua Kali*

Tazama picha hii.

Watoto hawa wameajiriwa kazi katika viwanda vya Jua Kali mjini Nairobi. Wanatengeneza vyombo mbalimbali vya kuuza katika masoko ya karibu na mbali.

vi) Wapiga soga mitaani

Tazama picha hii.

Mtoto huyu anaigizia watu mchezo na kuwafurahisha, huku akitarajia malipo, kando ya barabara moja mjini Nairobi.

vii) Waoshaji magari

Tazama picha hii.

Watoto hawa wanashughulika na kumwoshea mteja wao gari, mjini Nakuru.

viii) *Walinzi wa magari*
Tazama picha hii.

Mtoto huyu ana kibarua kigumu cha kuchunga gari la mteja wake lisiibiwe, kwenye barabara moja, mjini Nairobi.

ix) *Wale wanaopaka viatu rangi*
Tazama picha hii

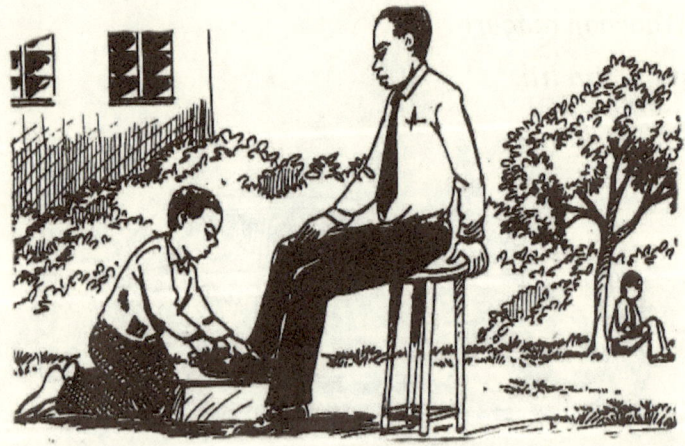

Mtoto huyu anashughulika na kumpakia viatu rangi mteja wake kwenye barabara moja mjini Kisumu.

Hapa ningependa ieleweke kwamba watoto wanajihusisha katika vitendo hivi vyote ama kwa wao kupenda wenyewe, au katika makundi na watoto wengine au kama wafanyakazi wa watu wazima.

b) **Watoto wasiofanya kazi halisi**

Watoto wasiofanya kazi halisi ni wale watoto ambao wanajiingiza katika vitendo ambavyo jamii inaonelea kuwa ni viovu, na kwamba haviambatani na kaida za jamii hiyo. Wale watoto ambao hujiingiza katika shughuli za aina hiyo, hufanya mambo yafuatayo:

i) Huwa waombaji, wakiwa peke yao au katika makundi.

ii) Huongoza watalii kwenye barabara za mji wa Nairobi au Mombasa au katika mji wowote ule wenye sehemu za kuvutia wageni. Wengine huongoza watalii kwenye ufuo wa bahari, hususa kwenye ukanda wa ufuo, mathalani 'Kenyatta Public Beach', na kadhalika.

iii) Hukombolewa kama wezi kwa kuwa maumbile yao yanawawezesha kuingia ndani ya nyumba kuchukua vitu ambavyo hutolewa kupitia dirishani. Pia wale waliokombolewa huvunja magari na kuiba vifaa fulani kutoka kwenye magari hayo.

iv) Huajiriwa kama wajasusi wa kuchunguza mwenendo wa mwenye nyumba na kupasha habari wezi, wakati unapotimu wa kuiba katika nyumba hiyo iliyolengwa.

v) Huajiriwa kama malaya, kufanya kazi hiyo kwa faida yake yeye mwenyewe, au kumfanyia kazi mtu mwingine kutekeleza jambo fulani, mathalani mauaji, na kadhalika.

II. Watoto watoro

Hawa ni watoto waliokimbia majumbani au shuleni kwa sababu ya kutozingatia nidhamu inayofaa, kwa wale waliokabidhiwa wajibu wa kutekeleza nidhamu hiyo kwa hao watoto. Kikundi hiki cha watoto hujihusisha katika vitendo hivi, kwa mfano: kunywa pombe na dawa za kulevya (bangi), miraa (gundi), na kadhalika. Kikundi anachohusika nacho huchangia vikubwa kwa upande wa watoto hawa kuendeleza maisha yao mitaani. Watoto wa aina hii kupatikana wakiwa wanatembea wakiwa pamoja katika kikundi, kwa kuwa wanategemeana sana katika pilkapilka zao za kutenda maovu.

III. Watoto waliopelekwa katika makao ya watoto

Hawa ni watoto waliofungiwa katika makao ya watoto, ili waweze kupata ulezi mzuri. Kikundi hiki cha watoto huhusisha watoto yatima, au wale waliozuiliwa katika vituo vya kurekebisha tabia. Watoto hawa sio waliotenda maovu. Watoto hawa wako katika taasisi hizi kwa sababu moja tu. Nayo ni kuwalinda, huku mipango ikifanywa ya kuwasaidia kuendeleza maisha kwa njia moja au nyingine. Hatimaye wao pia hujikuta wako mitaani wakijikimu kimaisha.

IV. Watoto waliofungiwa

Hawa ni watoto walio katika vituo vya kurekebisha tabia. Watoto hawa wako katika vituo hivi baada ya kutenda maovu yasiyokubalika katika jamii. Watoto katika kikundi hiki ni wale walio katika jela pamoja na mama zao. Mazingira yanayowazunguka watoto hawa si mazuri, na wakati mwingine huwafanya kuwa na vichwa sugu. Wanapopata fursa ya kuepuka maisha hayo hukimbilia mjini.

V. Watoto wa wakimbizi

Hawa ni wale watoto ambao wameathiriwa na mapigano ya

kikabila ya humu nchini au kutoka nje ya nchi hii. Watoto kama hawa hawawezi kuwa na matumaini mazuri katika maisha. Hatimaye hujikuta wako mjini wakijitegemea, kwa vyovyote vile, mradi wameshiba na ya kesho humwachia Mungu wao.

4. CHANZO CHA HALI MBAYA KWA WATOTO, HASA WATOTO WA MITAANI

Utafiti uliofanywa hivi karibuni, unaonyesha kwamba kuna sababu nyingi zinazowafanya watoto kuwa katika hali mbaya na hata kuwa watoto wa mitaani, wakijaribu kujitegemea kimaisha (*Daily Nation, Juni 16 1993*). Miongoni mwa sababu hizo ni kama hizi zifuatazo:

(a) Mifumo ya jamii inayobadilika.
(b) Gharama kubwa ya mahitaji ya lazima.
(c) Watoto kutoweza kupelekwa shuleni.
(d) Kutokuwa na vituo vya kutosha vya kutoa mafunzo ya ufundi na teknolojia.
(e) Wazazi kutopata wasaa wa kushughulikia ulezi wa watoto wao.

(a) Mifumo ya jamii inayobadilika

Kutokana na idadi kubwa ya watu, mashamba katika sehemu za mashambani yameendelea kugawanywa. Kutokana na hali hii, watu wengi, hasa wanawake, wanaonelea wakimbilie sehemu za mijini, ili wapate njia ya kujikimu kimaisha. Fauka ya hayo masuala ya urithi katika sehemu za mashambani yameendelea kuwanyima wanawake haki ya kurithi mashamba, hivyo basi kufanya wanawake wengi kuhamia sehemu za mijini kufanya kazi. Wakati wanawake hawa wanapotoka mashambani na kuja jijini hukabiliwa na matatizo chungu nzima ya kujitafutia riziki; ili walipe kodi ya nyumba, wanunue chakula na vilevile kuwasomesha watoto wao. Wanawake walio katika hali kama hii hujiingiza katika vitendo viovu, mathalani umalaya na kuzaa watoto wasio na matumaini. Hawa ndio watoto ambao hukimbilia mijini siku za baadaye.

(b) **Gharama kubwa ya mahitaji ya lazima**

Kwa kuwa kuna mapato ya chini, gharama kubwa ya mahitaji ya lazima, kwa sababu ya kupanda kwa bei ya vitu, huwa ni mzigo mkubwa kwa wazazi wengi, hasa wale wanaokaa mijini. Kutokana na suala hili, utaona kwamba jamaa inayolishwa na mzazi mmoja au wawili haiwezi kutosheleza mahitaji ya familia ipasavyo. Kwa hivyo, suala la umaskini limechangia pakubwa kwa upande wa wazazi kutokimu watoto wao. Watoto hawa wasiolishwa ipasavyo, ndio hukimbilia mijini kwa kile wanachokiita 'maisha bora'.

(c) **Kutoweza kupeleka watoto shuleni**

Kwa sababu ya mpango wa kugawana gharama ya masomo shuleni, wazazi wengi, hasa wale walio maskini, wameshindwa kuwapeleka watoto wao shuleni. Ile hali ya kutokuwa na uwezo wa kulipa karo, pamoja na vifaa, imefanya watoto wengi kukimbilia mijini. Takwimu za hivi karibuni zinaonyesha kwamba wale watoto wanaokimbilia mijini ni kama ifuatavyo (Research by Child Welfare Society -CWS)

(i) Nairobi — asilimia 60

(ii) Mombasa — asilimia 30

(iii) Kisumu — asilimia 20

Hali hizi ukizijumuisha pamoja inamaanisha kwamba watoto wengi wanaotoka katika jamii maskini katika sehemu za mijini, hawahudhurii masomo kwa wingi na wakati mwingine hawaendi shuleni hata kidogo. Kwa mfano, mjini Nairobi, kati ya watoto wanaotakiwa kusoma, ni asilimia 75 tu ndiyo inayokwenda shuleni. Mombasa ni asilimia 80. Takwimu hizi zinaonyesha wazi kwamba watoto wengi hawahudhurii masomo katika miji yetu kutokana na sababu ya umaskini, pamoja na sababu zingine za kijamii.

(d) **Kutokuwa na vituo vya kutosha vya kutoa mafunzo ya ufundi na teknolojia**

Kwa sababu ya mpango wa kugawana gharama, wazazi maskini hawawezi kuwalipia watoto wao karo ili wapate mafunzo ya ufundi. Suala hili, bila shaka, limechangia sana ile hali ya watoto kutokuwa na jambo la kufanya, hivyo basi kukimbilia mijini. Hakuna mji wowote hapa nchini ulio na vituo vya kutosha vya kutoa mafunzo ya ufundi na teknolojia. Hivi ni kumaanisha kwamba watoto waliofikia darasa la nane na ambao hawawezi kuendelea na masomo ya juu, hujikuta wako sehemu za mijini kujikimu kimaisha kwa njia moja au nyingine, kwa kuwa hakuna cha kufanya.

(e) **Wazazi kutopata wasaa wa kushughulikia ulezi wa watoto wao**

Watoto wengi, hasa wale wanaolelewa na mzazi mmoja, hawakui vizuri kwa sababu zifuatazo:

i) **Kutokuwa na wasaa**

Mzazi mmoja ana kazi nyingi za kutekeleza, kwa mfano: ndiye anayepatia jamaa chakula cha kila siku, mchungaji wa nyumba, mzazi na mwelekezi wa jamaa. Mzazi mmoja, kwa hivyo, hana wasaa wa kutosha kuwaelekeza watoto, hasa wale ambao hawaendi shule. Kwa hivyo wao huachwa peke yao wakati mzazi anapotekeleza majukumu hayo. Kutokuelekeza watoto kunawatumbukiza katika vitendo ambavyo vina matokeo mabaya kwa maisha yao ya baadaye.

ii) **Ukubwa wa jamaa**

Wakati mwingine jamaa huwa kubwa, kiasi kwamba mzazi mmoja hawezi kupata nafasi ya kuelekeza watoto kwenye misingi bora ya maisha.

iii) **Kutokuwa na moyo wa kuelekeza watoto**

Uzito wa majukumu ambayo mzazi mmoja anapaswa kutekeleza, ukiandamana na mazingira mabaya ya mjini, humfanya mzazi kama huyo kutokuwa na ari ya kuelekeza watoto kwa njia inayofaa. Mara kwa mara, wazazi wengi hujihisi kuwa wachovu, ingawa hawawezi kueleza kinaganaga chanzo cha uchovu wao. Kwa hivyo wanakosa msukumo kwa kuwa kila wakati ni wachovu.

iv) **Msukumo wa kikundi cha rika la mtoto**

Wakati ambapo watoto hawaelekezwi vizuri au wazazi kutojali kuwapo kwao pale nyumbani, wanajikuta wanaongozwa na wenzao katika kikundi cha rika. Haya hupatikana kila mara katika sehemu zenye vijiji ambapo kuna watoto wengi ambao hawana chochote cha kujishughulisha nacho. Hawa pia ndio watoto ambao hawaendi shuleni kutokana na sababu tulizozitaja hapo awali. Kwa hivyo, kuna uwezekano wa watoto kama hawa kuunda makundi ya ujambazi ambayo huhangaisha raia wapenda amani vijijini.

v) **Kutojali watoto**

Ile hali ya kutojali kwa mzazi kumwelekeza mtoto wake kuwa raia mwema siku zijazo, na hata kutomtimizia mahitaji ya lazima, mara nyingi kunawafanya watoto kukimbilia mijini kujitafutia riziki zao. Wazazi ambao wanaweza kutojali watoto wao ni wale walio maskini hohehahe, wasiojiweza, walevi na malaya. Mzazi wa kambo na mke-mwenza wanaweza pia kuonyesha ule moyo wa kutojali watoto walio katika mikono yao.

vi) **Kudhulumu watoto**

Watoto wanaodhulumiwa kwa njia yoyote ile huyakimbia yale mazingira ambamo ile dhuluma ilitokea, kwa kuogopa aibu. Watoto wanaonajisiwa huwa na kitubio kibaya katika jumuiya ya Kiafrika. Lakini visa vya aina hii vinaendelea kuongezeka, kwa sababu inaaminika kuwa watoto hawana viini vya ugonjwa hatari wa ukimwi; hivyo basi kutumiwa vibaya.

vii) **Kutokuwa na Kazi**

Ingawa kiwango cha nafasi za kazi kwa wazazi, wafadhili na watu wengine hakijulikani kikamilifu, inafahamika wazi kwamba familia nyingi zinazoishi mijini ni maskini. Kwa kuwa wengi wao hawana kazi kutokana na kuongezeka haraka kwa idadi ya watu mijini, na kwamba kiwango chao cha masomo ni cha chini sana; hawa hawawezi kuajiriwa kazi wote katika mashirika ya serikali, au mashirika ya watu binafsi. Jambo hili huathiri watoto wao na kuwafanya watoroke nyumbani.

viii) **Kutopata kazi inayostahiki**

Watu walio katika fungu hili na ambao hupata kazi ya aina fulani, huwa wanaajiriwa kazi katika sekta zisizo na mapato mazuri, pengine kama vibarua, au watumishi wa nyumbani, na kadhalika. Wale ambao hujiajiri wenyewe, huwa wamejiingiza katika shughuli za kuzalisha mali ambazo mapato yake ni duni sana. Mapato kutoka kwa shughuli zisizo na ustadi wowote huwa chini ya kile kiwango kilichopendekezwa na serikali; hivyo basi huwa chini ya kiwango cha kumwezesha mtu kuishi au kujimudu kimaisha.

Nayo mapato kutoka kwa sekta ya kujiajiri mwenyewe huwa chini kwa sababu watu katika fungu hili wanakosa mbinu za uelekezi wa kazi, stadi za kazi na hata mtaji wa kuanzisha na kuendeleza mradi wa kuzalisha mali. Hali kama hizi huwafanya wao kukosa matumaini na hata kwa watoto wao. Watoto wao waonapo hivi, wao pia hufa moyo.

ix) **Suala la mzazi mmoja**

Visa vya mzazi mmoja vinaendelea kuongezeka kwa haraka, hususan katika sehemu za mijini. Wanawake wanaongoza nyumba zao, kwa sababu wao hawajaolewa, lakini wamechagua wazae watoto na kuwalea. Baadhi yao wametalikiwa na waume wao na wengine wametorokwa na waume wao. Wengine mabwana wao hawaonekani pengine huwa wamepotelea kwenye nyumba ya mke-mwenza. Na wengine wanaongoza nyumba zao kwa kuwa mabwana wao wamefariki.

Hata hivyo, wengi wa wanawake hawa ni maskini, kwa sababu katika visa vingi, wengi wa wanawake wanaohusika huwa hawajui kusoma au kuandika au yote kwa pamoja. Kwa hivyo, kutokana na hali hii, hawawezi kuajiriwa kazi. Kitulizo chao huwa ni kufanya biashara ya rejareja, ambayo mapato yake ni duni sana. Watoto wa wazazi kama hawa pia hukosa matumaini maishani mwao na kukimbilia sehemu za mijini.

x) **Wasichana kutungwa mimba**

Visa vya wasichana wachanga wanaotungwa mimba, hasa wale wanasoma shule, vimeongezeka kwa kiasi kikubwa sana. Baadhi ya sababu ambazo hufanya wasichana wachanga kutungwa mimba, zinatokana na hali ya mabadiliko katika jamii na uchumi; jambo ambalo limezungumziwa kwa kirefu hapo awali. Watoto wengi wanaopatikana mitaani wamezaliwa kwa namna hii, hivyo basi kupoteza matumaini ya maisha.

5. JINSI SERIKALI IMESHUGHULIKIA SUALA LA WATOTO WA MITAANI

Tunataka ieleweke kwamba ingawa taasisi kadhaa, idara za serikali, mashirika yasiyo ya serikali na hata watu binafsi wameanzisha miradi ambayo hutoa huduma kwa watoto walio katika hali mbaya, huduma hizo bado hazijatosheleza mahitaji ya watoto hawa. Hii ni kwa sababu kuna ukosefu wa fedha na hata watu walio na ujuzi wa kushughulikia suala hili. Kwa upande wa serikali, taasisi zifuatazo zimeanzishwa kushughulikia suala hili:

(a) Shule za kurekebisha tabia

Watoto ambao wamefungiwa katika makao ya watoto, ambayo hujulikana kama 'shule za kurekebisha tabia' wanapewa mafunzo ya kupata stadi za kazi, mathalani ushonaji na useremala. Baadaye, hufanya mitihani. Wanapohitimu mafunzo hayo, huajiriwa kazi katika sekta za serikali au sekta za watu binafsi.

Tazama picha hizi mbili.

(i)

Hapa wasichana wanajifunza ushonaji katika shule moja ya kurekebisha tabia, mjini Nairobi.

(ii)

Hapa wavulana wanajifunza useremala katika shule moja ya kurekebisha tabia, mjini Kakamega.

(b) Mabweni

Akina mama wachanga ambao walitungwa mimba, na wale ambao hawana mahali pa kukaa na ambao hawatakiwi nyumbani, au hakuna yeyote anayetaka kuwashughulikia, huwa wanapewa makao hapa. Wao hukaa hapa, huku wakiendelea na masomo au kazi fulani. Wakishafuzu wanahama mabweni haya na kujiendeleza wao wenyewe.

Tazama picha hii

Hili ni mojawapo ya mabweni yanayoshughulikia wasichana waliotungwa mimba na kufukuzwa nyumbani. Wao wanapata makao hapa.

(c) Vituo vya kukaribisha watoto

Vituo vya kukaribisha watoto vinashughulikia watoto ambao wanangojea kupelekwa katika mojawapo ya taasisi zilizotajwa hapo awali. Kuwepo kwao katika vituo hivyo ni kwa muda tu.

Tazama picha hii.

Watoto hawa wako katika kituo kimoja cha kukaribisha watoto, wakingojea kupelekwa kwingine kutimiza mahitaji yao.

(d) Taasisi za Borstal (Borstal Institutions)

Lengo la taasisi hizi ni kurekebisha wavulana wazima, ambao wametenda maovu fulani, ambayo baadhi yake ni mabaya sana.

Tazama picha hii.

Hii ni mojawapo ya taasisi ya Borstal, mjini Nairobi. Hapa watoto waliotenda maovu wanafunzwa tabia njema.

Mbali na juhudi hizi za Serikali, Mashirika Yasiyo ya Serikali na watu binafsi wanasaidia serikali kukabiliana na hali hii.

6. HALI YA BAADAYE YA WATOTO NCHINI KENYA

Hali ya baadaye ya watoto nchini Kenya ni jambo ambalo lazima lipewe umuhimu unaostahili na vyombo vya kuenezea habari, na hata mashirika ya serikali. Hebu tuanze na suala la haki za watoto nchini Kenya. Inafaa tujiulize swali hili: Watoto nchini wana matumaini yapi siku za usoni?

Hili ni swali ambalo kwayo jibu lake linapaswa kushughulikiwa na mtu yeyote anayependa watoto wa nchi hii. Kila mmoja wetu sharti ajiulize: Amechangia vipi kuhusu suala la kunyetisha (sensitize) haki za watoto katika nchi hii? Ingawa nchi ya Kenya imepiga hatua fulani kuhusu kulinda haki za watoto, mambo mengi bado yanangojewa kutekelezwa, ili tufikie kiwango cha kimataifa kuhusu suala hili. Hakuna mtu yeyote, jinsi nionavyo, aliye na jibu muafaka kuhusiana na mbinu zitakazotumiwa kufanikisha suala hili. Inaelekea kwamba, utafiti, pamoja na ushauriano ni lazima yatiliwe mkazo zaidi. Tunaamini kwamba majibu halisi yatategemea majibu ya maswali yafuatayo:

I   Je, ni kweli kwamba wakati umewadia wa kuandika upya sehemu ya 82 ya katiba yetu, ili ubaguzi ulioegemea kwenye misingi ya maumbile na umri ubatilishwe?

II Kenya itachukua muda wa miaka mingapi kuchunguza kwa makini mambo yanayohusu sheria za kikabila, ili ziende sambamba na matarajio ya maamuzi ya kimataifa kuhusu haki za binadamu? Je, kuna njia yoyote ya kufanya mikataba ya kimataifa kuhusu haki za binadamu kufungamana na jinsi mambo yalivyo nchini Kenya kuhusu suala hili?

III Je, mtazamo wetu kuhusu mtoto halisi ni upi? Je, sheria zetu kwa wakati huu zinafungamana na mtazamo huo? Je, maoni katika kongamano kuhusu haki za watoto yanawakilishwa katika mtazamo huo?

IV Je, kuna haja ya kufungamanisha vifungu vyote vya sheria vinavyohusiana na watoto kuwa sheria moja inayozingatia haki za watoto?

V Je, kuna uwezekano wa kushughulikia maslahi ya watoto kwa kuwapeleka katika makao ya watoto? Kama sivyo, tufanye nini? Tuwache watoto waonekane kama vyombo tu katika makao kama hayo au tufanye vipi?

VI Je, kuna haja ya kuwaelimisha wazazi kuhusu haki za watoto?

VII Je, na wale wanaohusika na mambo ya elimu watachukua jukumu lipi katika kampeni ya aina hiyo?

VIII Je, tuendelee kuwachukulia watoto waliozaliwa nje ya ndoa kama 'watoto haramu'? Je, mtazamo wetu kuhusu suala hili ni wa kikatili au vipi?

IX Sheria zetu za kikabila zina nafasi gani katika sheria za nchi kuhusu watoto? Je, kuna haja ya mabadiliko, ili sheria hizo za kikabila ziende sambamba na matokeo mapya na hata amali mpya zinazoibuka?

X Watoto wanaofanya kazi wana jukumu lipi katika vizalisha au vitega-uchumi vya kifamilia? Je, tuchukue hatua gani kuhakikisha kwamba watoto hawatumiwi vibaya?

XI Kuna nafasi wakati huu na katika enzi hizi, ambapo hatua zinazoelekezwa kwa kupunguza idadi ya watu (kupitia kwa mpango wa uzazi) zinaweza kufaulu kwa kuwafanya wazazi (kupitia kwa kupitisha sheria maalum) waweze kuadhibiwa kwa kuvunja hizo sheria kwa kutozwa ushuru fulani wa kuwa na idadi ya watoto wengi kupita kiwango fulani kinachokubalika?

XII Ni miradi ipi itakayotekelezwa, ili kuwawezesha wazazi waweze kuhimili mzigo wa kuwalea watoto wao? Ni mashirika yapi ya serikali na yale ya kibinafsi yatakayoombwa kushiriki katika mpango huu?

XIII Ni mtazamo upi ambao jamii itakuwa nao, kuhusu watoto wasiobahatika maishani au watoto watoro, kama watoto wa mitaani? Je, kuna uwezekano wa kutekeleza miradi fulani, ili kunufaisha watoto kama hawa.

XIV Je, kuna uwezekano wa kuwa na Tume ya Kitaifa ya watoto, kama ilivyo katika mataifa mengine, ili kushughulikia masuala yote yanayohusu watoto?

Majibu ya maswali haya, na mengine ambayo sikuyauliza, katika fikira zangu, ndiyo yatakayotuongoza katika harakati za kutafutia watoto wetu hali nzuri ya maisha. Siamini kwamba nina majibu yote kuhusu masuala ya watoto. Hata nyinyi wasomaji wa kitabu hiki, sijui kama mna majibu yote kuhusu masuala haya. Kile ninacho ni kwamba sote tushirikiane kutafuta majibu ya maswali haya. Kulinda haki za watoto ni Jukumu kubwa, kuliko hata kulishughulikia suala hili kisheria. Suala la haki za watoto haliwezi kutatuliwa ipasavyo, hata kupitia kwa vifungu na kanuni nzuri za sheria. Hatuwezi kuepuka masuala ya nafsi, jamii na uchumi ambayo ni muhimu katika kujenga msingi bora wa kufanikisha suala la kulinda haki za watoto wetu.

Mambo haya yatawezekana tu, kama nilivyosema hapo awali, kupitia kwa ushirikiano wa sisi sote. Jamii inahitaji sisi kutumia kwa hali na mali, vifaa vyote vilivyo karibu nasi kuhakikisha kwamba watoto wetu wana maisha bora mnamo siku za usoni.

Hata hivyo, jambo la kufurahia ni kwamba kuna kamati maalum inayoshughulikia watoto walio katika hali mbaya, nayo inajumuisha watu kutoka kwa mashirika yanayotoa huduma kwa watoto walio katika hali hiyo mbaya. Shabaha ya kamati hii maalum ni kuchunguza watoto walio katika hali mbaya na kuwapatia matumaini katika maisha yao. Kamati hii inashughulikia mambo yafuatayo:

I. Kuboresha stadi za masomo na ufundi kwa wale watoto walio katika hali mbaya, hasa katika mji wa Nairobi.

II Kuanzisha na kuboresha shughuli za kuzalisha mali au kuongeza mapato kwa akina mama na familia zinazohusika, ili kuhakikisha kwamba watoto wanaendelea kukaa nyumbani kwao na hata kuendelea kuhudhuria masomo katika shule za serikali na zile zisizo za serikali, au za watu binafsi.

III Kuhakikisha, kupitia kwa uelekezi, upimaji na kuchunguza uhusiano uliopo baina ya taasisi za makao ya watoto, familia, jumuiya na elimu ya watoto isiyopatikana kupitia shule, kwa watoto wanaohusika.

IV Kuboresha na hata kuhakikisha utekelezaji wa kanuni zinazohusiana na yale yaliyotajwa hapo awali ili kulinda hali za watoto, kwa jumla.

V Kamati hio maalum itaendelea kufanya kazi bora bega kwa bega na wale wote wanaohusika na maslahi ya watoto walio katika hali mbaya.

7. HITIMISHO

Kutokana na shughuli hizi zote, inaonekana wazi kwamba, tayari kuna mwangaza wa kuashiria utatuzi wa suala la watoto wa mitaani katika miji yetu, hususa miji ya Nairobi, Mombasa na Kisumu. Shughuli hizi zikitiliwa mkazo na wote wanaohusika, bila shaka tatizo la watoto wa mitaani litazikwa katika kaburi la sahau.

8. MAREJELEO

1. *The Rights of the Child*, Initiatives Ltd. Unicef, 1988.
2. *Wajibu*, A Journal of Social and Religious Concern, Vol. 8 No. 1 (1993) printed by the School of Journalism, University of Nairobi.
3. *Criminal Justice and Children*, **Unicef, 1986**.
4. *Day of the African Child*, **selected papers, 1993**.

5. *Daily Nation,* June 16th 1993. 'Special Report on Kenya's Street Children.'
6. Research by Child Welfare Society (CWS) on street children in Nairobi, 1992.
7. Utafiti uliofanywa na Adaka Kisia pamoja na Onesmus Kiminza kuhusu watoto wa mitaani, hususan wa Mji wa Nairobi, 1993.

Kimetolewa na Phoenix Publishers Ltd., Mellow Heights, Ngara Road,
S. L. P Box 30474 - 00100 Nairobi na kuchapishwa na Kenya Litho Ltd,
S. L. P 40775 - 00100, Nairobi, Kenya.